கவிஞன் மொழி

ஏலே பதிப்பகம்

தாரன்
ஆசிரியர் ©கவிஞன் மொழி

முதற்பதிப்பு 2019
இரண்டாம் பதிப்பு 2021
பக்கங்கள் 199

புத்தகத்தின் முழு உரிமையும்
ஆசிரியருக்கே சொந்தமாகும்
Copy Rights all Reserved ©kavignanmozhi
ISBN 978-93-91423-29-2

புத்தகம் வெளியிடு
ஏலே பதிப்பகம்
aelaypublish@gmail.com
Contact us – 9944992571

Aelay Publish
www.aelaypublish.com

கவிஞர் நா.முத்துக்குமார்
அவர்களுக்கு இந்த படைப்பு சமர்ப்பணம்

தாரன்

அன்பிலும் ஆதரவிலும்
இந்த கவிஞன் மொழியினை
உருவாக்கிய படவரியின்
22,000 ஆயிரம் நண்பர்களுக்கும்
என் மனமார்ந்த நன்றிகள்

என்றும் அன்புடன்
உங்கள் கவிஞன் மொழி

ஒரு தோழியின் வாழ்த்து !

கதை, கவிதைப் புத்தகங்களை எங்கு பார்த்தாலும்
அதன் முதல் மூன்று பக்கங்களையும் புரட்டிப்
பார்ப்பது
என் வழக்கம் அது போன்று தான் படவரியில்
கவிதைப் பக்கங்களைத் தொடர்வதிலும் கருத்துகளை
பகிர்வதிலும் அலாதி பிரியம்...

கவிஞன் மொழி என்ற பக்கத்தில் அறிமுகமானவர்
இந்த **கவிஞர் இருதய ஆஸ்ட்ரோ** காலப்போக்கில்
வரிகளைத் தொடர்ந்து வாழ்க்கைப் பயணத்தில்
எனது ஆருயிர் நண்பனான இவரது முதல் படைப்பு
கணவன் என்ற பொருளைக் கொண்ட **தாரன்**
கவிதைப் புத்தகமாகும். இக்கவிதைப் புத்தகத்தின்
முதல் வாசகி என்பதில் நான் பெருமை
கொள்கின்றேன்...

காதலினால் கவிதை வந்ததா ? கவிதை பிறந்த பின்
காதல் வந்ததா..? விடையறிய முடியா கேள்வி தான்.
என்றுமே கவிஞனின் முதல் காதலி கவிதைகள் தான்.

காதல் கவிதைகளையும், சமூக கருத்துகளையும்
கொண்டது இப்படைப்பு. கவிஞரின் உணர்வுகளையும்
சமூகம் மீதான அவரது பார்வையும் அழகாக
வரிகளில் உயிர்ப்பித்துக் காட்டப்பட்டுள்ளது.

இவரது வரிகளில் **முதல் முத்தம் , உன்னிடம்
மறைப்பதென்றால், ஆண்மை, பயம்
அதிகரிக்கிறது,
அந்த மூன்று நாட்கள் மட்டும்** என்ற கவிதைகள்
என்னை மிகவும் ஈர்த்தவை...

பெண்மையின் மீது இவர் கொண்ட காதலும்
மரியாதையும் ஒருங்கே கலந்து வடிக்கப்பட்ட
வரிகளில் அவரது திறமை
வெளிக்கொணரப்பட்டுள்ளது.

காதல் கவிதைகளில் அவர் கொண்ட ஈடுபாடு
இவரது கற்பனைகளின் மீது நம்மை காதலிக்க
வைத்துவிடும்.எத்தனை முறை இரசித்தாலும்
இவரது வரிகள் சலிப்பதே இல்லை..

இன்னும் இது போன்ற பல படைப்புகளை
தரவிருக்கும் இந்த கவிஞன் மொழிக்கு
என் அன்பார்ந்த வாழ்த்துக்களைத் தெரிவித்து
கொள்வதில் பெரும் மகிழ்ச்சி அடைகின்றேன்.

என்றும் அன்புடன்
**மொ.அபிஷேகா மிஷேலின்
இலங்கை**

காதலித்துக் கொண்டிருப்பவர்களுக்காகவும்
காதலிக்க போகின்றவர்களுக்காகவும் இந்த தாரன்
என்ற படைப்பு.   இது எனது முதல் கவிதை புத்தகம்.
இதில் ஏதேனும்   பிழையோ தவறோ இருப்பின்
தயவுடன் மன்னித்து   உங்கள் அன்பினையும்
ஆதரவினையும் அருளவும்...

எப்போதும் எந்த நிலையிலும் அண்ணனாய் எனக்கு
துணையாய் இருக்கும் தூஅண்ணன் **சகாய்** , கடல்
கடந்து வாழ்த்துரை அனுப்பிய அன்பு தோழி **அபி**.

நீ புத்தகம் எழுது நண்பா உன்னால் முடியும் என்று
எனக்கு எப்பொழுதும் தன்னம்பிக்கை கொடுக்கும்
பள்ளிக்கூட நண்பன் **ஜஸ்டின் மார்டோ**, மற்றும்
அன்புக்குரிய அண்ணன் கிளாடின், எப்போது உனது
கவிதை புத்தகம் வரும் என்று என்னை
ஊக்கப்படுத்தியே என்னை எழுத வைத்த ஆசிரியர்
சூரியா ஜேம்ஸ், எனது கவிதை பயணத்தை
மேடை ஏற்றி ஆரம்பித்து வைத்த தோவாளை
லயோலா கல்லூரி நண்பர்கள் என இந்த புத்தகம்
உருவாகுவதற்கு காரணமாய் இருந்த அனைவருக்கும்
என்றும் அன்புடன்...

உங்கள்
கவிஞன் மொழி

தாரன்

தாரன்

ஆண் என்பது
அதிகாரத்தில் இல்லை
அரவணைப்பில்
இருக்கிறது

பெண் என்பது
உடலோடு இல்லை
உள்ளத்தோடு
இருக்கிறது.

பேருந்தின்
கூட்ட நெரிசலில்
சந்தர்பத்தை பயன்படுத்தி

எந்த பெண்ணோடும்
உரசாது நிமிர்ந்து நிற்கும்
அவனோடு

அவன் ஆண்
என்ற கர்வமும்
நிமிர்ந்து நிற்கிறது.

காதல் அழகானது
அற்புதமான நினைவுகளை
கொடுப்பது அதிசயங்களை
நிகழ்த்துவது

காதல் கடவுளின் சக்தி
அதை கவனமாய் கையாளுங்கள்
அதற்கு ஆக்கம் அழிவு
இரண்டும் உண்டு.

தாரன்

கவிதைகள் அழகானது
என்பது அந்த கவிதைகளின்
வழியே நீ அழகானவள்
என்பதை குறிப்பதாகும்.

உன்னால்
நிரப்பபட்டதுதான்
இந்த பூமி

நான் காண்பது காணாதது
நான் உணர்ந்தது உணராதது
நான் என எல்லாமும்

எனக்கு உன்னால்
ஆனது தான்
எனக்கு உன்னால்
மட்டுமே ஆனது தான்.

மழை துளி பட்டு
உருக்குழையும்
மண் போல் அல்லாமல்

உன் பார்வைக்கே
உருக்குழைய
ஆரம்பித்து விடும்
உன் விழி விழுந்த
உயிராய் நான்.

நீ என்னை
செல்லமாய் பைத்தியம்
என அழைக்கின்ற போது

நிஜமாகவே
பைத்தியம் தான்
பிடிக்கிறது
எனக்கு உன் மேல்.

நீ என் பக்கத்தில்
இருக்கும் பொழுதெல்லாம்

எல்லா அதிஷ்டமும்
என் பக்கம் இருப்பது
போன்ற ஒரு சந்தோசம்.

உனக்கும் மீசை வைத்து
பார்க்க வேண்டும்
நீ மீசையோடு
வெட்கப்படுகையில்

அழகு எப்படி
வெட்கப்படும்
என்பது வெளிச்சப்படும்

இந்த உலகுக்கு.

தாரன்

உன் பெயருக்கு
பக்கத்தில்
என் பெயர்
சேர்கின்ற பொழுது

உன் காதலுக்குள்
கருவுற்று
இரண்டாவது முறை
பிறக்கிறேன்

உன் கைகளை பிடித்து
இந்த பூமியின் மேல்.

வெட்கம் என்று பெயர்.

பேருந்து
நிறுத்தங்களில்
காத்திருக்கும்
கல்லூரி பெண்களை

தனியாய்
ஒரு ஆண் கடந்து
போகையில்

அவன் வீர நடை
வளைந்து போவதற்கும்
வெட்கம் என்று பெயர்.

கடைசி வரை
உன் கன்னம் புன்னகையில்
மட்டுமே சிவக்க வேண்டும்

நான் மரணித்தால் கூட
நீ அழுது உன் கன்னம்
சிவப்பது எனக்கு பிடிக்காது.

நீ வெட்கப்பட்டு
தலை குனியும்
பொழுதெல்லாம்

உன்னை பார்த்து
பூமி வெட்கப்பட்டு
புரண்டு படுத்து விடுமோ
என்ற பயம் தான்
அதிகரிக்கிறது.

தாரன்

வாழ்க்கை கையில்
இருக்கும் பொழுதே
வாழ்ந்து விட வேண்டும்

என்ன நினைக்கிறாய்
என் கண்மணி நீ.

மென்பனி இரவு
கடற்கரைக் காற்று
நீயும் நானும்
நம்மை தடுக்காத தனிமை
இது மட்டும் போதும்

எதற்கு மரணம் வரை
காத்திருக்க வேண்டும்
சொர்க்கத்திற்காக.

தாரன்

உன் மெல்லிய
இரவு குறட்டைகளால்
உறங்க முடியாமல்
தவிக்கிறேன்

என் கண்மணியின்
இசையை கேட்ட பிறகும்
கண்டு கொள்ளாமல்
உறங்க எப்படி
என் மனதால் முடியும்.

நீ இந்த அதிகாலை
பத்து மணிக்கே
பல் துலக்கியிருக்க
மாட்டாய் என்பது
எனக்கும் தெரியும்

இருந்தாலும் பரவாயில்லை
ஒரே ஒரு முத்தம் கொடு
இந்த நாள் இனிய நாளாய்
ஆகட்டும் கண்மணி.

முத்தங்களின்
வழியே சுவாசித்தால்
முன்னூறு ஆண்டுகள்
கூடுதலாய் வாழலாம்
என்கிறார்கள் சிலர்

எனக்கு கூடுதலாய்
ஆயுள் வேண்டாம்
கூடுதலாய் கொஞ்சம்
முத்தம் தா போதும்.

ஆட்கள் அதிகமில்லாத
அந்த பேருந்து பயணத்தில்
கொஞ்சம் தயக்கத்தோடு
உன் மார்பில்
சாய்ந்து கொடுத்த
அந்த முதல் முத்தம்

அதிகமாய் தந்தது
யாரவது பார்த்துவிடுவார்களோ
என்ற பயத்தை தான்

ஏனென்றால் அந்த விருந்து
எனக்கே எனக்கானதாயிற்றே.

எனக்கு தெரிந்து
நான் உன்னிடம் மறைத்த
ரகசியமென்றால்

உன் கண்கள்
கலங்க கூடாதென்று
என் கண்ணீரை
மட்டும் தான்.

பேருந்து
பயணங்களின் போது
உன் பிம்பங்கள்
விழும் பேருந்தின்
ஜன்னல் கண்ணாடிகளில்

உறைந்து பயணிக்கிறது
கொஞ்சம் காதலும் காலமும்
முடிவில்லா சுற்று வட்டப்பாதையில்.

உன் வியர்வை
துளிகளோடு சேர்ந்து
என் வியர்வை துளிகளும்
மணக்கட்டுமே
கண்மணி.

புகைப்பட கருவிகள்
மட்டுமல்ல
உன் பார்வையும்
காலத்தை
உறைய வைக்கும்
ஒரு கருவி தான்.

தாரன்

நீ கடைசியாய் பார்த்த
அந்த பார்வைக்குள் தான்
சிக்கி சுழன்று
கொண்டிருக்கிறேன்

இப்பொழுது வரை.

பூமியில்
கால் பதித்து
நிலவில் நடக்கும்
வித்தையெல்லாம்

உன் விழிகளாலும்
விழிகளிலும்
மட்டும் தான்
சாத்தியமடி.

தாரன்

எனக்காக நீ செய்யும்
ஒவ்வொரு செயலும்
எனக்கு வரம் தான்.

உன் பாதங்களின்
ரேகைகள் என்பது
நிலவின் கைரேகைகளாக
இருக்கலாமடி
கண்மணி !

நீ என்
பக்கத்தில் இருக்கின்ற
பொழுதெல்லாம் பகல்

நீ என்
பக்கத்தில் இல்லாத
பொழுதெல்லாம் இரவு

அதுவும் நிலவில்லாத
சுடுகின்ற இரவு.

விடிந்தாலென்ன
போர்வைக்குள்
விழுந்து கிடக்கும்
இருளோடு சேர்ந்து
பயணிப்போம்

சில நூற்றாண்டுகள்

நம் காதலுக்குள்
காலம் தீர்ந்து
போகும் வரை.

உன் உதடுகள்
சிவக்க அரிதாரங்களை
மட்டும் பூசாதே

அதற்காகவே
அவதாரம்
எடுத்து வாழும்

என் உதடுகளுக்கும்
கொஞ்சம்
கருணை காட்டு.

நீ தும்முகின்ற
பொழுதெல்லாம்
பூமியில் சிதறுகின்றன
வைரங்கள்

உன் கைரேகைகளோடு
சேர்ந்துக்கொள்ள
என் கைரேகைகளுக்கும்

பிறக்கிறது
பாவம் நீங்கிய
நல்ல காலம்.

உன் வெட்கங்கள்
என்ன விலை என்று
கேட்கிறது

உன்னையே
வாயை பிளந்து பார்த்தபடி

வான் நிலவு.

இன்னும் எவ்ளோ
நேரம் தான்
என் கண்ணையே இப்படி
பார்த்துக்கிட்டு இருப்ப

உன் கண்ணுக்குள்ள
தெரியிற என் கண்ணுக்குள்ள
நீ உன் கண்ண பார்த்ததா
சொல்ர வரைக்கும்.

அப்போ அப்படி
சொல்லிட்டா பார்க்குறத
நிறுத்திடுவியா ?

இல்ல
நீ அப்படி பார்த்திருந்தா
இப்படி பேசிகிட்டு
இருக்கமாட்ட

நீயும் என் கண்ண
பார்த்துட்டு இருப்ப.

உன் உதடுகளோடு
ஒட்டி பிரியும்
ஒவ்வொரு தடவையும்

அதனுடனே ஒட்டி பிரிய
முற்படுகிறது

உன்னை சுமக்கும்
என் உயிரும்.

நீ உன் துப்பட்டா
காற்றில் பறப்பதாய்
சொல்கிறாய்

ஆனால்
உன் துப்பட்டாவை
தொடுவதற்கு
காற்று சண்டை
போடுவதாய் தான்

என் கண்ணுக்கு
தெரிகிறது.

உன் எச்சில்
நீருக்கு ஏங்கி
தொண்டை
காய்கிறது

இது தான்
காதல் நோயா ?

உன் தெத்தி பல்லையும்
சிப்பிக்குள் இருக்கும்
முத்து என்று சொல்லலாம்

உன் காதருகே
கேள்வி குறி வரையும்
உன் கூந்தலிடம்
நீயே சொல்லிவிடு

நான் உன்னுடைய
ஆள் என்று !

உன்னை காணவிடாமல்
உன் அழகினாலேயே
கட்டி தூக்கில் போட்டு
கொல்கிறது என்னை.

தாரன்

உன் அழகு
எழுதும் கவிதைக்கு
அடிபிறழாமல்
மெட்டு போடுகிறது
உன் புன்னகை.

நான் உறங்கியதாய்
நினைத்து கொண்டு
அவன் செய்யும்
ரகசிய கொஞ்சல்களை
ரசிப்பதற்காகவே இரவு
வந்தாலும் உறக்கம் வருவதில்லை
அவனை எதிர்பார்த்து

என்பதை எப்படி சொல்ல
இன்னுமா உறங்காமல்
இருக்கிறாய்

என கேள்வி
கேட்கும் அவனிடம்.

பெண்மையின்
வெட்கத்திற்கும்
ஏக்கத்திற்கும்
இடைப்பட்ட
கோடிட்ட இடங்களை
நிரப்புவது தான்

ஒவ்வொரு
ஆண்மைக்கும்
காதல் வைக்கும்
முதல் தேர்வு.

மென்மை தீண்டல்களில்
தான் சுகமென்று
நினைத்திருந்தேன்

அவன் விரல்களின்
அழுத்தங்களில்
உயிர் வீக்கம்
கொள்ளும் வரை.

உன் இடையின்
அடுக்கு மொழி
தொடரில்

உன் மார்பின்
மரபு இலக்கண
வகுப்பில்

உன் உதட்டின்
உயிர் மெய்
அசைவில்

உன் கண்களின்
எதுகை மோனை
தாளத்தில்

உன் மெய்யழகின்
புது நடை
வர்ணிப்பில்

கொஞ்சம் கொஞ்சமாய்
முளைத்து தவழ்ந்து வளர்ந்து

சொம்மொழி ஆகின்றது
காதல்.

உன் விரல்கள்
உரசியவுடன் தீப்பெட்டியில்
உரசிய தீக்குச்சியை
போல் எரிகிறது உயிர்.

அதே விரல்கள்
மீண்டும் உரசும் பொழுது
பனிக்கட்டியை போல்
உருகுகிறது அதே உயிர்

நீ என்னை வதைக்கிறாயா
இல்லை அணைக்கிறாயா
என்பதை சிந்திக்கும் நிலையில்
நான் இல்லை

என்னை எதாவது
செய்துவிட்டு மிச்சம்
வை போதும்.

நீ தீண்டிவிட்டு
தீண்டாத இடமெல்லாம்

அணில் கடிக்காத
கொய்யா பழம் போல்
கலையின்றி இருக்கிறது

தின்பதென்றால்
மிச்சம் வைக்காமல்
திண்ண பழகு

அது தான்
உனக்கும் அழகு
எனக்கும் அழகு.

நீ சுவற்றில்
எறிந்து விளையாடும்
பந்தாகவும் நான் தயார்

என்னை எத்தனை
முறை வேண்டுமானாலும்
சுவற்றில் எறிந்து விளையாடு

ஆனால் ஒரே ஒரு வேண்டுகோள்
அந்த சுவற்றில் படும்
ஒவ்வொரு முறையும்

உன் கைகளுக்குள்ளும்
அகப்படவேண்டும் நான்.

தாரன்

உந்தன்
நிழலோடு
சாய்வது என்பதும்

நிலவோடு
சாய்வது
போன்றது தான்.

புத்தகங்களுக்கு
இடையில் வளரும்
என்ற நம்பிக்கையில்

மயில் இறகை வைத்து
மூடி வைப்பது போல்

என்னையும் உனக்குள்
எங்கேயாவது வைத்து
மூடி வைத்துவிடு

வளராவிட்டாலும்
பரவாயில்லை
உனக்குள் நான்
வாழ்ந்துவிட்டு போகின்றேன்.

உன் உள்ளங்கையில்
சில முத்தம்

உன் நெற்றி பரப்பில்
சில முத்தம்

உன் இடையினில்
சில முத்தம்

உன் மார்புகளுக்கு
நடுவே சில முத்தம்

உன் ஆசைகளின்
மேலே சில முத்தம்

உடல்கள் நீக்கி
உயிரோடு சில முத்தம்

மூச்சை நிறுத்தி
மூளையோடு சில முத்தம்

உன் வழியே
எனக்கும் சில முத்தம்

முடிந்தாலும் முடியாதது
இந்த காதல் பித்தத்தின்

முத்தம்..! முத்தம்..! முத்தம்..!

உன் மார்புகள்
என்பது இன்னொரு
கருவறை எனக்கு

ஒவ்வொரு முறை
அதில் சாய்ந்து கொண்டு
உறங்கும் பொழுதும்

உனக்குள் இருந்து
ஒரு குழந்தை போலத்தான்
பிறந்து வருகிறேன்

என் வயதுளையும்
ஆணவங்களையும்
தொலைத்து.

தாரன்

நீ மருதாணி
வைக்கும் பொழுது
சிவப்பது

உன் அழகு தான்
என்றாலும் அதனோடு
சேர்ந்து சிவப்பது
என் காதலும் தான்.

கண்களை திறந்ததும்
கலைந்து போவதற்கு

உன் நினைவுகள் என்பது
என் இமைக்கு பின்
தோன்றுவது அல்ல

என்னையே
இயக்குவது அது

நான் வாழும் வரை
உன் நினைவுகளும்
என்னில் வாழும்.

நீ உதிரங்களோடு
உடைந்தது போல்
படுக்கையில் கிடப்பதை
பார்க்கின்ற போதெல்லாம்

என் மொத்த உலகமும்
உன் பக்கத்தில் உடைந்து
விழுகிறது வலியில்

நீ கண்கலங்கி
நிற்பது இயற்கையின்
விதியென்று சொன்னாலும்

உன் எந்த கண்ணீரையும்
தாங்க முடியாததற்கு
பெயர் தான் காதல்.

நீ பேச ஆரம்பிக்கும்
முன்பே நான்
முறைக்கலாம்

உன் கேள்விகளுக்கு
என் கோபங்கள்
மட்டுமே பதிலாகலாம்

உன் சாமாதனங்களுக்கு
என் சண்டைகள்
மட்டுமே முடிவாகலாம்

உனக்கும் நான்
புரியவிடாமல்
எரிச்சலூட்டலாம் !

தயவு செய்து அதன்
காரணங்கள் கேட்காதே

மாதம் மாதம்
உதிரும் உதிரங்கள்
கொடுக்கும் வலி

உன் அன்புக்கு
ஏங்கி கரையும்
பெருந்தனிமை

என் விரலுக்கு
பக்கத்தில் இல்லாமல்
போகும் உன் காதல்

எ்னை நெஞ்சோடு
போர்த்தி அரவணைக்காத
உன் இடைவெளி

நான் கண் கலங்குவதற்கு
முன்பே என்னை ஆறுதல் படுத்தாத
உன் மௌனம்

என எதுவேண்டுமானாலும்
காரணமாய் இருக்கலாம்

உன் காதல் கேட்க தெரியாமல்
நான் கோபப்படலாம்
அம்மாவின் அணைப்புக்கு
ஏங்கும் குழைந்தை போல்

வாயை மூடிக்கொண்டு
நான் அழலாம்

என்னை வெறுத்துவிடாதே
என் வெறுப்பு கூட
உன் காதலின் தேடல்
என்று உணர்ந்து கொள்

உன் காதல் மட்டும் தந்து என்னை
அணைத்துக் கொள் போதும்
காரணங்கள் கேட்காதே
அது காதலுக்கு தெரியும்

என்னை நேசிக்கும்
காதலுக்கு அது
நிச்சயம் புரியும்.

உன் கூந்தலை
காயவைப்பேன்
உன் இதழில்
ஈரம் வைப்பேன்

உன் விழிக்குள்
உறங்கி விழிப்பேன்
உன் தேகத்தில்
நனைந்து கிடப்பேன்

உனக்கு சமைத்து
ஊட்டி விடுவேன்
உன் கால்நகம் கடித்து
வெட்டி விடுவேன்

உனக்கு மருதாணி
வைத்து விடுவேன்
உன்னை கையில்
தூக்கி நடப்பேன்

உனக்கு சேலை
கட்டி தருவேன்
உன் பாதத்தில்
கூச்சம் தருவேன்

நீ படிக்கும் புத்தகம்
திறந்து பிடிப்பேன்
நீ படிக்க என்னை
புத்தகம் செய்வேன்

உனக்கு வெட்கங்கள்
தருவேன்
உன் புன்னகைகள்
ரசிப்பேன்

காதலில் கவுரவம்
என்பது என்ன
கத்தரிக்காவுக்கு

கவிதைகள் போலே
காதலிப்போம்
நம் காதல் வைத்து
கவிதை எழுதுவோம்

ம்... என்று
மட்டும் சொல்
போதும்

நீ நினைப்பதை
எல்லாம் நான் செய்வேன்

ம்.. சொல்
சம்மதம்மா.

அடங்கியது.

என்
உறக்கங்கள்
என்பது

என் அம்மாவின்
சேலையும்
உன் சேலையும்
போர்த்தியதற்குள்

அடங்கியது.

உன் சிரிப்பில்
இருந்து தோன்றுவதோ
வானவில்லின்
ஏழு வண்ணங்கள்.

உன்
மூக்கை கடித்தால்
நாக்கில் தேன்
மிட்டாய் ஒட்டும்

உன்
கன்னம் தொட்டால்
விரலில் வண்ணம்
ஒட்டும்

உன்
விழியில்
விழுந்தால் விழியில்
எச்சி ஊறும்

உன்
விரல்கள் பட்டால்
உடல் மணக்கும்

நீ ஒரு முத்தம்
தந்தால் உதடுக்கு
உயிர் பிறக்கும்

உன் பக்கம்
வந்தால் இதயம்
உயரம் குதிக்கும்

உன்
காதல் தந்தால்
உன் பாதம் ஏந்தி
என் கைகள் சிவக்கும்.

நீ வெட்கப்படுவதை
நினைக்கும் பொழுது
நானும் வெட்கப்படுகிறேன்

என் பெயரைக் கேட்டால்
அவள் என்று சொல்லிவிடுகிறேன்

எல்லோரும் என்னை
ஒரு மாதிரி பார்க்கிறார்கள்

எனக்கு மட்டும் தான் தெரியும்
எனக்குள் இருந்து கொண்டு
நீ என்னை ஒரு மாதிரி
செய்து கொண்டிருப்பது.

சில நேரங்களில்
கண்ணீரோடு
நெஞ்சில் சாய்ந்து கொண்டு
நீ என்னை பார்க்கும் பொழுது

ஆண்மை என்பது
காதலன் மட்டுமல்ல
தந்தையும் சேர்ந்தது

என்பதை உணர்த்தும்
அந்த பார்வை.

காதோரம் விழும்
உன் மூச்சுக் காற்றின்
வெப்பத்தில்
அமர்ந்துக்கொண்டு
குளிர்காய்கிறது
என் உறக்கங்கள்.

நீ நெற்றியில்
கொடுக்கும்
ஒவ்வொரு முத்தமும்
என் அம்மாவை தான்
நியாபகப்படுத்துகிறது

ஏனெனில்

இரண்டிலுமே
அடங்கியிருப்பது
எனக்கு மட்டுமான
உலகின் மொத்த பேரன்பு.

அவளை
பொத்தம் பொதுவாக
அழகி என்று
சொல்லிவிட முடியாது

அழகுக்கெல்லம்
அளவு மீறாத
திருத்தம் கொண்ட

அழகுகளின்
தமிழ் பேரழகி அவள்.

உறக்கத்தில்
நீ புரண்டு புரண்டு
படுக்கையில்

உன் கைகளுக்குள்
அகப்பட்டு உறக்கம் தவறி
நான் விழிக்கின்ற பொழுது

கலைந்த கூந்தலில்
ஒரு குழந்தை போல
தூங்கி கொண்டிருப்பாய்

இரவு இரண்டு மணிக்கு
எழுந்து நான்
ஒரு பொம்மை போல
உன்னை விழித்து கொண்டிருக்க
சட்டென்று உறக்கத்தில்
ஒரு கள்ள சிரிப்பை உதிர்ப்பாய்

அலங்காரமும் அரிதாரமும் இல்லாத
அந்த பேரழகில் உயிர் உருகி

உன் உறக்கம் கலைக்காமல்
நெற்றியில் ஒரு முத்திமிட்டு
நழுவி கிடக்கும் போர்வையை
உன் மேல் போர்த்தி விட

அந்த பொழுது உன்னை
ஒரு குழந்தையாகவே
நெஞ்சில் சுமந்து

காதல் தாய்மையாகும்.

இடியின்
முழக்கத்திற்கு பயந்து
அவள் என்னை
கட்டி பிடிப்பாள்

அவள் அணைப்பில்
இல்லாமல் போகும்
எனக்கும் இடியின்
மீதான பயம்.

தூங்கி கண்ணை
திறக்கையில்
என் மார்பு மேல்
படுத்து கிடக்கின்ற நீ

உன் கண்ணுக்குள்
உறைஞ்சி கிடக்குற
ஐஸ் போல
என் மூஞ்சி

மூக்குல சுர்ருனும்
ஏறுற பூ இல்லாத
உன்னோட கூந்தல்
வாசம்

அப்படியே இறுக்கமா
புடிச்சி கழுத்து எழும்புல
நீ கடிக்கிற முத்தம்

உன்னோட கண்ணாடி
வளையல் டிசைன்
தோள்பட்டையில்
குத்துற வலி

உன்னோட மார்புக்கு
நடுவுல தொங்குற
தங்க நெக்ளஸ்
என் நெஞ்சில குத்தி
குத்தி கொடுக்குற சுகம்

உன்னோட கால்
உரசி கூச்சத்துல
இரும்பாகுற உயிர்
நரம்பு

என்னோட கைய
புடிச்சிக்கிட்டு
மூச்சி படுர நெருக்கத்துல
என்னோட பேர
கண்ணால சொல்லி

நீ பாக்குற
அந்த பார்வை
அந்த நொடி
அப்படியே

கடவுள் நம்மிக்கை
எல்லாம் கையவிட்டு
போயி

இனி சாவே இல்லாத
மாதிரி ஒரு நிம்மதி
வரும்

அந்த நம்பிக்கையில
இந்த உலகத்தையே
மறந்து

இந்த பிரபஞ்சத்தோட
ஒன்னா கலந்து
நிற்கும் நம்ம காதல்.

நீ உடுத்தி
கழற்றி போட்ட
ஆடையெல்லாம்
அழுக்கு என்று
யார் சொன்னது

அந்த ஆடையினை
முகத்தோட வச்சி
மணக்கும் போது
வருவது
உன்னோட வாசம்

என்னோட அழகு
கிறுக்கியோட வாசம்

உன் உடம்பெல்லம்
ஒட்டி கழன்று
உன்னிடையே மாட்டி
கொண்ட
என் வியர்வையோட
வாசம்

நான் கொடுத்த
முத்தத்த அழிக்க
நினைச்சி தோற்ற
அந்த ஆடையோட
முத்த உரசலோட
வாசம்

அந்த நேரத்து
கீறல்களில்
உண்டான
காயங்களின்
உதிரத்தின்
வாசம்

வெட்கத்தை
சிந்தி போர்வை
நனைத்த
அந்த உயிரோட
வாசம்

மறுபடியும் சொல்றேன்
அந்த ஆடையில
அழுக்கே கிடையாது

எல்லாமே
என் காதலோட
கள்ளி வாசம்

என் செல்ல
கிறுக்கி வாசம்.

நீ சேலை கட்டிவிட்டால்
மட்டும் அதன் மடிப்புகள்
கழைவதே இல்லை

உன் விரல்களை
நீ அதற்குள் ஒளித்து
வைத்திருப்பது போலவே

இறுக்கி பிடித்து கொள்கிறது
இடைவெளியே இல்லாமல்
இணக்கமாய் உன்னைப்போல்.

யாரிடமும்
சொல்ல முடியாதவற்றை
உன்னிடம் சொல்லி
அழுது தீர்க்க வேண்டும்

உன் மடியில் தலை
வைத்து உன் கதைகள்
கேட்க வேண்டும்

நீ வெட்கப்பட்டு
நிற்கையில்
அந்த சிவக்கும்
கன்னத்தை
என் விரலால்
கிள்ளி பார்க்க வேண்டும்,

எதாவது ஒரு தவறு செய்து
உன் கைகளால் என் கன்னத்தில்
பளார் என்ற ஒரு அடி வாங்க வேண்டும்.

தாரன்

நீ எதிர்பாராத நேரத்தில்
உன் பின்னிருந்து அணைத்து
உன் பெண்மையோடு
கொஞ்சம் மோதி
பார்க்க வேண்டும்

உன் மூக்கின் நுனியில்
என் மூக்கால் உரசி
உன் வெட்கத்தில்
என்னை தேட வேண்டும்

மார்புகள் கனிந்து நீ தாயாகி
கன்னம் சுருங்கி கிழவியாகி
அழகு என்பன அழிந்து போகி

நரம்புகளின் தளர்வில் நடுங்கும்
உன் கைகளை பிடித்து

அப்போதும் உன்னை கொஞ்சி
உன் சிரிப்பில் நம் காதலை
கவிதையாக்க வேண்டும்

வயதோடு மறைந்து போகும்
வாழ்க்கையினை உன்னோடு
வாழ்ந்து பாதுகாக்க வேண்டும்

உன் மார்புக்கு நடுவில்
ஒரு மச்சமாய் வாழ வேண்டும்
என் ஆசைகள் எல்லாம் அவ்வளவே.

உன் கைவிரல்களில்
உறைவது

காலமா
உதிரமா

உன் விழிகளுக்குள்
விழுவது

உருவமா
உயிரா

உன் முத்தங்களில்
உருகுவது

நரம்பா
எழும்பா

உன் பெண்மைக்குள்
இருப்பது

புதையலா
கடவுளா

உன் தேகத்தில்
சுரப்பது

வியர்வையா
போதையா

தாரன்

உன் மோகத்தில்
நடப்பது

தேடலா
கூடலா

உன் மௌனங்கள்
சொல்வது

காதலா
மோதலா

உன் கீறல்கள்
தருவது

வலியா
சுகமா

உன்னோடு புணர்ந்து
வாழ்வது

பாவமா
புண்ணியமா

எனை கொன்று
சொல் எது !

உன் பக்கத்தில்
உறங்கும்
பொழுதெல்லாம்
கிடைப்பது

எதிர்காலம்
பற்றிய பயமில்லாத
ஒரு நிம்மதியான
வாழ்க்கை.

நீ கண் சிமிட்டும்
போதெல்லம்
உன் கண்ணிமையோடு
தீண்ட காற்றுக்குள்
ஒரு போராட்டம்.

அஸ்கி குரலில்
நீ என் பெயர் சொல்லி
அழைக்கையில்

நான் உனக்குள்
இருந்து வெளிவருவதாய்
பார்க்கிறேன்

மெய் மறந்து
என்னை உன்னில்.

உன் கூந்தலில்
வாழ்ந்து விழும்
பூக்களெல்லாம்

வாடிய பின்பும்
வாழ்கிறது
என் புத்தகங்களுக்கு
இடையில்.

நீ புத்தகங்கள் வாசிக்கையில்
சிறந்த வரிகளை விரல்
வைத்து வாசிப்பாய்

உன் விரல் தீண்டி
என்றாவது எனக்கு
மோட்சம் கிடைக்கலாம்

என்ற நம்பிக்கையில் தான்
பிடித்துக் கொண்டிருக்கிறேன்
இன்னும் பேனா முனையினை.

எதார்த்தமாகவோ
திட்டம் போட்டோ
உன் பக்கத்தில் கிடைக்கும்
ஒரு பேருந்து பயணம்

அன்றைய நாளை
சுறுசுறுப்பாய் மாற்றும்
ஒரு சத்து மாத்திரை
போன்றது எனக்கு.

உன்னிடமிருந்து
என் கைகள் பத்திரப்படுத்திய

உன் கைக்குட்டையினை
தொட்டு பார்க்கின்ற போது

நீ என் பக்கத்தில்
இருப்பது போன்று உண்டாகும்
அந்த சந்தோசங்களில்

மட்டுமே இன்னும்
வாழ்ந்து கொண்டிருக்கின்றேன் நான்.

தாரன்

நீ என் மீசையை
பிடித்து செல்லமாய்
இழுத்து பார்க்கும்
பொழுது மட்டும் தான்

அந்த ஆண்மைக்கு
ஒரு அர்த்தம் கிடைக்கிறது.

திடிரென்று எதுவுமே
பேசாமல் ஒரு பார்வை பார்ப்பாய்

ஏக்கத்திற்கும்
தயக்கத்திற்கும் நடுவில்

அதில் நீ தின்று
போடும் நாவல் பழ
கொட்டை போல

உன்னில் இருந்து நொருங்கி
விழும் என் ஆணென்ற
மொத்த கர்வமும்.

நீ கடைசியா
கன்னத்துல கொடுத்த
அந்த முத்தத்துல
மட்டும் தான்

நான் இன்னும்
பத்திரமா இருக்கேன்
அந்த முத்தத்த மட்டும் தான்
பத்திரமா வச்சிருக்கேன்

அந்த முத்தத்துல
கலந்து இருக்குற உன்ன
அது கூட நீ கடைசியா
போட்ட சண்ட

உன்னோட கோபம்
உதட்ட ஒரு மாதிரி
வச்சி நீ காட்டுர
அந்த ரொமான்ஸ்

மிஸ்யூ மிஸ்யூனும்
நீ சொன்ன
அந்த வார்த்தை தான்
மூஞ்சில ஈ மாதிரி
சுத்திகிட்டு இருக்கு

இராத்திரில
பேய் கனவு வாரதுக்கு
பதிலா ஜெ.ஜெ ல
ஹீரோயின் தேடி
போற மாதிரி
நான் உன்ன தேடி வார
கனவு வருது

நீ வரக்கூடாதுனும்
சொல்லிட்டு போன நாளாத்தான்
அது கனவு ! இல்லனா நிஜம்

மனசுக்குள்ள
நீ எப்போ வருவ எப்போ வருவனும்
சொல்லி சொல்லி பாதி
மெந்தல் ஆகிட்டேன்

கடைசியா நீ கழற்றி
போட்ட டிரஸ் எடுத்து
தலைக்கு அடியில
வச்சி இராத்திரி முழுக்க
கதை பேச ஆரம்பிச்சிட்டேன்

என்னோட டைரில கூட
இந்த நாள எல்லாம்
கொடுரமான நாள்னு
குறிச்சி வச்சிருக்கேன்

தாரன்

நீ வீட்டுக்கு வந்ததும் காட்டுரேன்

இந்த இரண்டு வாரமும்
பூமில இல்லாம
வேற கிரகத்துல
வாழ்ந்திருக்கேன்

ஆமா அப்படித்தான் தோனுது

நீ வார வரை
அப்படித்தான்
தோனும்.
பேபி எப்போ வார

ப்ளீஸ்
என்னால முடியல
எப்படியாச்சும்
இன்னைக்கே
வந்துரு

இன்னைக்கே உன்ன
கட்டி பிடிச்சி தூங்கனும்
தூங்குனா மட்டும்
கூட போதும்

இதுக்கு மேலயும்
உன் வாசம் இல்லாம
என்னால சுவாசிக்க
முடியாது முடியல

ப்ளீஸ் எனக்காக பேபி
வந்துரு...

சாதியின் வாசம் தேவையில்லை
சமயத்தின் மோட்சம் தேவையில்லை
கௌரவ பட்டம் தேவையில்லை
வேடிக்கை கூட்டம் தேவையில்லை

என் பக்கத்தில் நீ போதும்
உன் பக்கத்தில் நான் போதும்
காதோரம் உன் மொழி போதும்
காலோரம் உன் நிழல் போதும்

வேற எதுவும் தேவையில்லை
நீ மட்டும் எனக்கு போதும்,

தாரன்

உன் பக்கத்தில்
வாழ்வதற்கும்
உன்னை கடந்து
செல்வதற்கும்

இடைப்பட்ட நிலையில்
நீ தரும் வாழ்க்கை தான்

இந்த உலகத்திலேயே
மிக கொடுமையான ஒன்று.

எந்த மனைவியும்
அவன் அம்மாவுக்கு
எப்பொழுதும்
ஈடாக முடியாது

வேண்டுமென்றால்

அவள் அன்பில்
அவன் அம்மாவின்
பாசத்தை உணர்த்தலாம்

அவள் செய்கைகளில்
அவன் அம்மாவின்
நினைவுகளை நினைவூட்டலாம்

அவள் பெண்மையின்
தாய்மையால்
அவன் தாயினை
காட்சிபடுத்தலாம்

அவள் உண்மை காதலால்
அவள் முகம் ஒரு நாள்
அவனுக்கு அவள்
தாய் போல மாறும்

அன்று அவளும்
உணர்வாள்
அவன் கணவனல்ல
அவளின் தந்தையும்
போன்றவன்
என்பதனை.

நீ கவரும் படியான
உடல் கட்டமைப்பு
எனக்கு கிடையாது

நீ ரசிக்கும் படியான
அழகு தோற்றம்
எனக்கு கிடையாது

நீ கேட்பதையெல்லாம்
அள்ளி தரும் வசதி
எனக்கு கிடையாது

ஆனாலும் உன்னை காதலிக்கிறேன்
நீயும் கூட என்னை காதலிப்பாய்
என்று நம்புகிறேன்

ஏனென்றால் என் காதல்
உனக்கு மட்டுமானது
உனக்காவே உருவானது

இது உனது காதல்.

தேகத்தில்
விழுந்து உயிர்
உசுப்பும்
ஈரக்காற்றை
போல

இதயத்திற்கு
காதோரம்
விழும்
உன் பெயர் என்பது

ஒரு புத்துணர்ச்சி.

எவ்வளவு தான்
என்னை வெறுத்து
நீ தூரமாய்
விலகி சென்றாலும்

என் மனம்
என் பேச்சையும் மீறி
உன்னைத்தான்
பின் தொடர்கின்றது

என்னை பிரிந்து
நீ வருந்திவிட
கூடாதென்று.

நீ இல்லாத
தனிமையினை தவிர

இந்த உலகத்தில்
நான் வெறுப்பதற்கு
எதுவுமே இல்லை.

தாரன்

என் எல்லா கவிதைகளுமே
நீ எழுதுவது தான்

உன் நினைவுகள் கைப்பிடித்து
எழுதும் ஒரு கைப்பொம்மை
மட்டுமே நான்.

நீ தொட்டு சென்ற
இடங்களிலெல்லாம்
துளிர்விட்டுக்கொண்டே
இருக்கிறது

நீ தந்து போன காதலும்
நீ தந்து போன வலியும்.

காமம் என்பது
ஒரு தெய்வநிலை
அதை உணர்வதற்கு

இரு உடல் மட்டுமல்ல
இரு மனமும் இணைந்தால்
மட்டும் தான் முடியும்

ஏனென்றால் அது
ஒரு தெய்வநிலை.

உடலுறவின்
முற்றத்தின் தளர்வில்
போதும் என்று
தள்ளிப்படுக்கும் பொழுது

உள்ளங்கைக்குள்
கை புதைத்து

கண்களில் நீ பேசும்
அந்த காதலுக்காக
மட்டும் தான்
எல்லாழும்.

நிலவின் காதல்
என்பது கண்களுக்கு
மட்டுமே சொந்தமானது

நிலவை தொடவே
முடியாது என்றாலும் கூட
அதன் காதல் கரையாது

உன் மேலான காதலும்
அந்த நிலவின் காதல்
போன்றது தான்

என் காதல் குறைவதற்கு
வாய்ப்பே இல்லை.

இப்பொழுது என்னை
கொஞ்சுவது போல்
நான் தாயான பிறகும்

என்னை கொஞ்சுவாயா
என கேட்கிறாய்

நீ வேண்டாம்
என்று சொல்லாவிட்டால்

நீ பாட்டியான பிறகும் கூட
என் கொஞ்சல்கள்
தொடரத்தான் செய்யும்.

நான் கழற்றி போடும்
ஆடைகளை ஆசையாய்
நீ எடுத்து உடுத்தி
கொள்வது போல்

நீ உடுத்தி கழையும்
ஆடைகளை எனக்கும்
உடுத்திவிடு என்றேன்

ச்சீ ஏன்டா
இப்படி மாறிட்ட
என்றால் வெட்கத்தோடு

ஆண்மையும் பெண்மையும்
கலப்பது தானே காதல்
என்னை கலக்கவிடு என்றேன்

உயிர் கழற்றுவது போல்
வெட்கம் சிந்தி
ரொம்ப கஷ்டப்படு
அவள் உடை மாற்ற

இருவருக்கும் ஆண் பெண்
என்ற உருவம் கைமாறி
நாங்கள் காதலுக்குள்
கலந்து நின்றோம்

காதல் எங்களுக்குள்
கரைந்து நின்றது.

உன் புடவை மடிப்புகளை
சரிசெய்வதாய்
நினைத்துக் கொண்டு
உன் கைகளால்

என் இதயத்தை
கிளறிக்கொண்டு
இருக்கிறாயா ?

இல்லை
என் இதயத்தை
கிளறுவதற்காகவே

உன் சேலை மடிப்புகளை
சரிசெய்வது போல்
நடிக்கிறாயா ?
என்னவோ
இப்படி சித்திரவதை
செய்வதற்கு பதிலாக

அந்த சேலை
மடிப்போடவே
என்னையும் மடித்து
நசுக்கிவிடு

சொர்க்கத்தில்
மரணித்த
ஒரே உயிரென்ற
பெருமையாவது
கிடைக்கட்டும்

என் உயிருக்கு.

உன் எச்சிலை
தேனோடு கலந்து
குடிக்கலாம்

ஆனால் தேனோடு
கலந்தால் உன் எச்சில்
ருசி குறைய வாய்ப்புண்டு

எனவே அதை
முத்தமாகவே
கொடுத்துவிடு

மூச்சடக்கியாவது
குடித்துவிடுகிறேன்
இரண்டையும்.

அவளின் அழகு என்பது
அவள் புன்னகை

வெட்கம் – கோபம்
திமிர் – பிடிவாதம்
மொழி – மௌனம்

அவள் கலைந்த கூந்தல்
அவள் முகப்பரு
அவள் அகம் – முகம்
அவள் கால் விரல் நகம்

அவள் மென்மை
அவள் வலிமை

அவள் என்பது தான்
அவள் என்ற கம்பீரம் தான்
அவளின் முழு அழகு.

எங்கே இருக்கிறோம்
என்ன செய்கிறோம்

இது என்ன காலம்
இது என்ன கோலம்
நாம் செய்வது
முறையா ! பிழையா !
நாம் கொள்வது
மெய்யா ! பொய்யா !

நம் தேடலின் தொடக்கம் எங்கே
நம் தேடலின் முடிவுகள் எங்கே
உன் நாணம் எங்கே
என் ஆணவம் எங்கே

இது வாழ்வின் சுழற்சியா
இல்லை வாழ்வின் பாதையா

இப்போது நாம் கடவுளா
இல்லை சாத்தானா

நாம் மயக்கத்திலா
இல்லை உலகம்
நம் முன் நடுக்கத்திலா

எந்த கேள்விகளையும்
என்னிடம் கேட்காதே

உன்னைப் போலவே
நமக்குள் அதே தேடலில் தான்
இன்னும் நானும்.

நான் கட்டிய தாலியினை
கைகாட்டி இதுதான்
நான் என்று சொல்கிறாய்

எப்பொழுதும்
உன்னோடவே வைத்திருக்கிறாய்
குளிக்கும் பொழுது கூட
அதை கழற்றுவதில்லை நீ

அதை பார்க்கையில்
பொறாமையாய் தான்
இருக்கிறது எனக்கு

அந்த தாலியினைப் போல்
உன் நெஞ்சோடவே
வாழும் பாக்கியம்
கிடைப்பதில்லையடி
எனக்கு !

கிடைக்காதா
கண்மணி எனக்கு ?

தாரன்

நீ எவ்வளவு
அழகா
இங்கிலிஸ்
பேசுனாலும்

அந்த
கண்ணால
அப்படியே திமிரா
ஒரு பார்வை
பார்ப்பியே

அதுதான்
உன்னோட அழகு
திமிர் எல்லாம்.

உன் மாதவிடாய்
உதிரம் என்பது
கழிவோ புனிதமோ
எனக்கு எதுவும்
தேவையில்லை

நீ என் உயிர்
உன்னை விட்டு
எதற்காகவும்
என்னால் விலகி
நிற்கமுடியாது

உன் முழுமையும்
எனக்கும் சேர்ந்தது.

உன் காலடி தடம் வாங்கும்
இடங்களைத்தான்
கோயில் என்று
நம்பிக் கொண்டிருக்கிறேன்

நீ மூடர் கதைக்கேட்டு
கோயிலுக்குள் நுழைய
அந்த நாட்களென்று
தயங்கி கொண்டிருக்கிறாய்

சத்தியமாய்
சொல்கிறேன்
நீ நுழையாவிட்டால்

அந்த கோயிலும்
கடவுளும் தான் தீட்டாக
போகின்றது.

\

இந்த மதமும்
சமூகமும் என்ன
வேண்டுமென்றாலும்
சொல்லலாம்

உன் காலடி முதல்
உன் தலை முடிவரை
உன்னை நேசிக்கும்

நான் எப்படி
உன்னை விட்டு
விலகி நிற்பேன்

எப்படி என்னால் அது முடியும்
என்று நீ நினைக்கிறாய்.

தாரன்

அவன் முதல் கடமையும் தான்.

தன் மனைவிக்காக
எந்த இடத்திலும்
அவளுக்காய்
எந்த நிலையிலும்
அவளோடு நிற்பது
கணவனின் கடமை
மட்டும் அல்ல

ஒரு ஆணாய்
அவன் முதல் கடமையும் தான்.

உன் நிழலில்
உன் பக்கத்தில்
உன் பார்வையில்

உன் அணைப்பில்
உன் பிணைப்பில்
உன் மடியில்
உன் மார்பில்

உன் நெற்றி முத்தத்தில்
உன் உள்ளங்கை வெப்பத்தில்
உன் காதோர கவிதையில்

வாழ்ந்து உருகிய
நொடிப்பொழுதுகள் எரிந்து
என்னை எரிக்கிறது

மாதத்தின் இறுதி நாட்களில்
உன் காதல் விலகி
நிற்கும் இடைவெளி கண்டு.

என் காதல் நீ என்றவன்
என் உயிர் நீ என்றவன்
எனக்குள் காதல் தேடியவன்

இந்த உதிரத்தின்
துளிகளுக்கு பின்னேயும்
ஒரு காதல் உண்டு

என்பதை மட்டும்
நீ அறியாதது ஏனோ.

மார்போடு
உன் நகக்கீறல்கள்
தந்த காயத்தழும்புகளை
கண்ணாடியில்
காண நேர்கையில்

அதன் பிம்பங்களில்
வந்து விழுகிறது

உன் ஆண்மையும்
அதற்குள் பாதுகாப்பாய்
இருந்த என் பெண்மையும்

கலைந்து போகாமல்
அதே நெருங்களில்
இருந்த காதலும்

கண்களை தாண்டி
காட்சி மொழியாக
இதயங்கள் வரை.

ஏதேதோ வாக்குறுதிகள்
தந்தவன்
எச்சிலை ருசியென்று
தின்றவன்

முதிர்ந்தாலும் காதல்
முடியாது என்றவன்
காமத்தின் முக்தியில்
எங்கெங்கோ
முத்தமிட்டவன்

ஆயுள் வரை உனக்காக
வாழ்வேன் என்றவன்
முப்பொழுதும் வியர்வையில்
ஒட்டி கிடந்தவன்

கல்யாணம் முடிந்து
ஒரு வருடம் கழிந்த பின்பு

எனக்கானதையெல்லாம்
எனக்கானதாக மட்டும்
என்பது போல்

பார்த்துவிட்டு பார்க்காத
யாரோ மாதிரி
என் பக்கம் ஆறுதலாய் கூட
நிற்க முடியாமல்
அவன் கடந்து போக

உடைந்து போனது
அவன் காதல் என்பது
என் மீது தான்
என் உடலோடு இல்லை
என்ற பெரும் நம்பிக்கை.

ஒரு பெண்
அவள் முழுவதையும்
உனக்கு தருகிறாள் என்றால்

அவள் எல்லா உணர்வுகளையும்
நீ உணர்ந்து கொள்வாய்
என்று முழுமையாய் நம்புகிறாள்

என்பது மட்டும் தான்
அதன் பொருள்

உன் நெற்றியில்
திரு நீற்றை
வைத்துவிட்டு

அதை துடைப்பது
போல் கண்களை
மேல் தூக்கி அப்படி
ஒரு பார்வை பார்ப்பாய்

அப்போது கண்முன்னே
தோன்றுவார் கடவுள்.

உன் அழகையெல்லாம்
கவிதைகளாக மொழி
பெயர்க்கத்தான் முயன்று
கொண்டே இருக்கிறேன்

உன்னை காதலித்த
நாள் முதலே

எங்கே மொழி பெயர்ப்பது
உன் பக்கத்தில் வந்தாலே
நான் தான் மொழி பெயர்க்க
படுகின்றேன்

உன்னுடைய எதாவது
ஒரு அழகில்
அதன் முதல்வரியாய்.

உன்னோடு
நிறைய நிறைய
பேச வேண்டும்
என்பான்

பக்கம் சென்றால்
பார்த்துக்கொண்டே
கனவில் மிதப்பான்

ஏன் இந்த குழப்பம் என்றால்

உன் பக்கத்தில் வந்தாலே
என்னை மிதக்கவிடும்
உன் கண்களிடம் நீயே
கேள் என்று
விரல்கள் இல்லாமலே
கன்னத்தை வெட்கத்தில்
சிவக்க வைத்து
கண்களால் ரசிப்பான்

தனிமையில் வரவழைத்து
அந்த தனிமையை பிடிக்கிறது
என்று வார்த்தைகளால்
கோபப்படுத்துவான்

வார்த்தைகளில் மட்டும்

இப்படி இப்படி
இன்னும் நிறைய சொல்லலாம்

அந்த காதல் கிறுக்கனின்
காதல் லீலைகளை.

உடலையும் உயிரையும்
பற்றி பிடிக்கும் உதிரங்களோடு
ஒரு போராட்டம்

நிஜத்தையும் நிழலையும்
பற்றி பிடிக்கும் தனிமையோடு
ஒரு போராட்டம்

எங்களை எங்களுக்குள்
மறைக்க நினைக்கும் இச்சமுகத்தோடு
ஒரு போராட்டம்

இங்கே எங்கள் பெண்மை
என்பது மென்மையானது
மட்டுமல்ல

போராட்டங்கள் நிறைந்த
கொடுரமானதும் சேர்ந்தது தான்.

இறைவன் படைத்த
காமம் என்பது

ஆண்மையும் பெண்மையும்
ஒன்றையொன்று உணர்ந்து
ஒன்றாவதற்கு மட்டுமே

ஆண்மை பெண்மையை
வேட்டையாடி தீர்ப்பதற்கும்
அல்ல !

பெண்மை ஆண்மைக்கு
விருந்தாகி தீர்ப்பதற்கும்
அல்ல !

எங்கே நானென்று
என்னை தேடும் நிலை
வரும் பொழுதெல்லாம்

ஒன்று
நீ என் பக்கத்தில்
இல்லாமல் இருக்கிறாய்

மற்றொன்று
நான் உன் பக்கத்தில்
இருக்கிறேன்

இரண்டிலும்
தொலைந்து போகும்
என்னை கண்டுபிடிப்பது
உன்னிடமாய் தான்
இருக்கிறது.

வீட்டிற்கு வந்ததும்
மடியில் படுத்து
கொள்வான்

சரி சோர்வென்று
நினைப்பேன்

காதருகில் விரல்
கொண்டு கண்களால்
பேசுவான்

காதலென்று நினைப்பேன்

மெல்ல மார்புச்சேலைக்குள்
விரல் விட்டு
மனதை தேடுவதாய்
காரணம் வைப்பான்

காமமென்று நினைத்திருக்க

குழந்தைக்கு
முத்தமிடுவதை போன்று
வயிற்றில் முத்தமிட்டு
அணைத்து

அங்கே உருவாக
போகின்ற உயிரை
உயிருக்குள்
உணர்த்துவான்

அந்த ஏதோ ஒன்றில்
என்னை மறந்து
நானும் கலப்பேன்

விழியால் சம்மதம்
கேட்டபடி பார்ப்பான்

ம் என்ற சொல்
மட்டும் தான் என்னிடமும்
இருக்கும் என்பதை
தெரிந்து கொண்டே

ஆடைக்குள் ஊடுறுவி
மூச்சை திணற வைப்பான்
ஆசைக்கு ஆசை வைத்து

ஆண்மை என்றால்
இருக்கமானது என்ற
மொழிகளுக்குள் நழுவி

பெண்மையின் ஒவ்வொரு
பக்கமாய் உருகி நிறைவான்

உணர்விழந்த உறக்கத்தில்
உடையாகி கிடப்பான்

விடிகின்ற பொழுது
நான் கழற்றி போட்ட
சேலையை போர்த்தி
உறங்கி கொண்டிருப்பான்

என் மொத்த பெண்மையையும்
கட்டியணைத்தபடி
ஒரு குழந்தையைப்போல்.

தன் மனைவிக்கு
எந்த நாட்களில்
மாதவிடாய் நிகழ்கிறது
என்பதைக் கூட
அறிந்து கொள்ள முடியாத

ஒரு ஆணால்
எப்பொழுதும் தன் மனைவிக்கு
ஒரு நல்ல கணவனாக முடியாது.

உடல் ஈரத்தில்
உயிர் வெப்பத்தில்
இதய இறுக்கத்தில்
இரவு நடுக்கத்தில்

இதற்குள் எங்கே தேட
துணையாய் வந்து
தொலைந்து போன

அந்த காதலின் கால் தடங்களை.

நான் உன்னை
அணைத்துக் கொள்வதற்கும்
நீ என்னை அணைத்துக் கொள்வதற்கும்
வித்தியாசம் இருக்கிறது

நான் உன்னை
அணைத்துக் கொள்கையில்
காதல் உன்னை உணர்த்தும்

நீ என்னை
அணைத்துக் கொள்கையில்
காதல் என்னை உணர்த்தும்

எப்பொழுதும் நான்
எதிர்பார்ப்பது
நீ என்னை அணைப்பதைத்தான்
ஏனென்றால்

பெண்மை எப்போதும்
தன்னை உணர்ந்த பிறகே
ஆண்மையினை உணரும்
உணர்த்தும்.

ஒரு பெண்ணின்
முழு நம்பிக்கையினை
பெறுகின்ற பொழுது தான்

ஒரு ஆண் என்பவன்
தன் முழுமையான
பலத்தினை அடைகிறான்.

திடிரென்று
அழுகிறேன்
உன்னைத்தேடி

திடிரென்று
முறைக்கிறேன்
உன்னைத்தேடி

கோபமோ காதலோ
நீ அருகில் இல்லாவிட்டால்
அது என்னை வதைக்க
மட்டும் தான் செய்கிறது

உடைந்து நொருங்குகிறேன்
எனக்குள்ளையே
மீண்டும் உன்னைத்தேடி

கோபமோ காதலோ
என்னையே வதைத்தபடி
தொடரும் இந்த தேடல்
உன்னைத் தேடி.

உன்னில் புதைந்து
என்னில் பிணைகின்ற
உயிர் நதிக்கரையில்

வழியினில் கரைந்து
போன நாணமும்
வெட்கமும்

உன் கைகளுக்குள்
மௌனப்பட்டு
கிடப்பதை உணர்கையில்

மொத்தமாய்
சரிந்து விழுகிறது
என் பெண் என்ற
முழுத் திமிர்

என்னை இழக்காமலும்
உன்னை இழக்காமலும்
காதலின் மடிதனில்

கரைத்தொடும்
சிறு அலையாய்.

சிறு சிறு
துகளாய் போகும்
உடல் தான்
அதற்குள் தான்
இந்த உயிர் இருக்கிறது

அதுபோலவே
வலிகள் நிறைந்தது தான்
இந்த காதலும் அதற்குள் தான்
ஓட்டு மொத்த பேரின்பமும்
அடங்கி இருக்கிறது.

குளித்துவிட்டு
நான் உடுத்தியிருக்கும்
சேலைக்கொண்டு
நீ தலை துவட்டுவதும்

அந்த ஈரச்சேலையினை
மாற்ற மனமின்றி
அந்த ஈரத்திற்குள்
நான் நனைந்து காய்வதும்

முப்பொழுதும் தீராதபடியே
தொடரட்டும் புதுக்கவிதைகளாய்...

உன் மௌன மொழியின்
மணிக்கல் விழியில்
உன் தங்கவிரலின்
தீண்டல் கலையில்

என்னை இழக்கிறேன்
நான் என்னை மறக்கிறேன்

அடுத்த நொடியின்
உலகில் புகுந்து
இன்றை தொலைக்கிறேன்
நான் இறப்பை கடக்கிறேன்

உன் கன்னத்தின்
வண்ணத்தில் முத்தங்கள்
பதித்து மூச்சு விடுகிறேன்
நான் முற்று பெறுகிறேன்

பூக்கள் மடியில்
கிடப்பது போல
உன் மார்பில் கிடக்கிறேன்
ஆண்மை மறந்து
அகிலம் மறந்து
உன் பெண்மை அணிகிறேன்

நான் உனக்குள் பிறக்கிறேன்
ஒரு உயிராய் தவழ்கிறேன்

இன்பத்தின் வலியில்
சுகவாச பிழையில்
உனக்குள் விழுகிறேன்
நான் என்னை தொலைக்கிறேன்

உன் எச்சில் பனியில்
நனைகிறேன்
உன் மூச்சு சூட்டில்
காய்கிறேன்

காற்றை பிடித்து
காதல் பிசைந்து
மெல்லிசை செய்கிறேன்
அதில் காவியம் தைக்கிறேன்

உந்தன் மடியில்
உயிரை திறந்து
எனக்குள் நுழைகிறேன்
என்னை உனதாய்
நினைக்கிறேன்

ஆண்மை எதற்கு
பெண்மை எதற்கு
அர்த்தம் உணர்கிறேன்
உன் கண்ணிமையாக
மாறி துடிக்கிறேன்

என் ஆண்மை அறிகிறேன்
உன்னால் முழு ஆணாகி நிற்கிறேன்
உன்னால் இந்த வாழ்வை வெல்கிறேன்.

நீ எழுதிய கவிதைகளில்
உனக்கு மிகவும் பிடித்தது
எதுவென்று கேட்டாள்

தங்க வண்ணம் பூசிய
உன் ஆரஞ்சு பழ மார்பில்
காம விளிம்பில் நிலை தவறி

உனக்கு கொடுத்த
அந்த பல்கடி முத்தம்zமட்டும் தான்
எனக்கு பிடித்த ஒரே
கவிதை என்றேன்

சின்ன வெட்கத்தோடு
ம் எனக்கும் தான்
என்றபடி

நீட்டினாள்
இன்னொரு கவிதை
எழுத காகிதத்தை.

புதுச்சட்டை வாங்கிவந்து
போட்டு பார்க்கவா
என்றான்

உன் விருப்பம்
என்றேன் விருப்பத்தோடு

அணிந்து விட்டு
பிடித்திருக்கிறதா
என்றான்

அதிக இறுக்கமாய்
இருக்கிறது என்றேன்
அந்த இறுக்கத்திற்காகத்தான்
இந்த சட்டை என்றான்

வண்ணம் பிடித்திருக்கிறதா
என்றான்

தேகம் தொட்டு
கொண்டிருக்கும்
இந்த வண்ணம் மட்டுமே
பிடித்திருக்கிறது
என்றேன்

ஆடையை கழற்றிவிடவா
என்றேன்

முதல் முறை அந்த கேள்விக்கு
இப்படியே இருக்கட்டும்
என்றான்

ஒரே சட்டைக்குள்
ஒரே உடலாய் மாறி
நின்றோம்

காற்று புகாத
காதலின் அணைப்பில்
காதலை அணைத்தோம்

காலத்தில் உறைந்து
காலத்தை உருக்கினோம்
நாங்கள் எங்களுக்குள்
உலவி கொண்டிருக்கவே

நிலவோடு
மெல்ல புணர்ந்து
கரைந்தது இரவு
சட்டைக்குள்.

ஒவ்வொரு ஆணும்
பெண்களுக்காக பெண்ணியம்
பேச வேண்டியதில்லை

ஒரு ஆண்
ஆண்மையோடு
பேசினாலே போதும்

ஏனென்றால்
ஆண்மை என்பதே
பெண்ணுக்காய்
பேசுவதுதான்.

நான் உன்னை
வெறுகின்றேனா
இல்லை இன்னும்
நேசிக்கின்றேனா

எனக்குள் கேட்கின்றேன்

கண்ணில் கசியும்
கண்ணீர் துளியில்
நான் உன்னை
வெறுக்கின்றேனா
இல்லை இன்னும்
நேசிக்கின்றேனா

கூண்டுக்கிளிபோல்
அறை வாழும்
தனிமையில்
நான் உன்னை
வெறுக்கின்றேனா
இல்லை இன்னும்
நேசிக்கின்றேனா

நெஞ்சோடு அணைக்கும்
மனதின் ஏக்கத்தில்
வார்த்தையாகிப்போன
உன் நம்பிக்கையில்

உடல் பூசும்
உயிர் வண்ணத்தில்
உன் மடியாகும்
பஞ்சு தலையணையில்

என்னை தேடாத
உன் உரையாடல்களில்

நான் உன்னை
வெறுக்கின்றேனா
இல்லை இன்னும்
நேசிக்கின்றேனா

முத்தத்தில் மோகத்தில்
காமத்தில் தாகத்தில்
பிணைந்து கலந்து
ஒன்றாகி விலகிய

உன் காதல்
கோலத்தில்

நான் உன்னை
வெறுக்கின்றேனா
இல்லை இன்னும் இன்னும்
உன் அன்பை தேடி தேடி
நான் நேசிக்கின்றேனா.

தாரன்

நீ முத்தமிடுவது
என்பது அந்த இடத்தில்
பூக்களை புதைப்பது
போன்றது

நீ முத்தமிட்ட பிறகும்
பூச்செடிபோல் வளர்ந்து
வாசம் வீசிக்கொண்டிருக்கும்

அந்த இடத்தில்
உன் கடைசி முத்தம்.

பிரபஞ்சத்தின்
பேரிருள் சூளும்
இரவிலும்

உன் துணை
என்பது போதும்

என் பயணங்களும்
பாதைகளும்

தொடர்ந்து கொண்டே
இருக்கும் உன் விழிகளில்.

அழகி என என்னை
கொஞ்சு
அரக்கி என என்னை
மிஞ்சு

கவிதைகளை விரல்களால்
ஒட்டு
கயிறுபோல் கைகளால் என்னை
கட்டு

காதலால் என்னை
உண்டாக்கு
காமத்தால் என்னை
துண்டாக்கு

என்னை விலகி தூரமாய்
நிற்காதே
பக்கம் நின்று வார்த்தையில்
பேசாதே

உன் மடியில் உறங்க
வை
உன் கடியில் புரள
வை

கத்தி போல் எனக்குள் நுழை
புத்தி மேலேறி என்னை
வதை

மாதவிடாய் ஆனாலும்
கன்னத்தில் முத்தம்
கொடு

குழந்தை வந்தாலும்
கொஞ்சி தயக்கம் கொடு

சேலை கட்ட
சொல்லித்தா
உன் விரல்களில்

கலை மொத்தம்
கற்றுத்தா உன்
இதழ்களில்

என் மார்பில்
உன் கைரேகைகளை அழி

காமத்தின்
விதிகளை கிழி

என் பெண்மையை
உன் ஆண்மைக்குள்
பத்திரப்படுத்து

இருவரும் வேறல்ல
என்னும்படி உணர்த்து

நான் சொன்னதை
எல்லாம் இப்போதே செய்

என்னை
உன் உடையவளாக்கி
உன்னை என்
உடையவனாக்கி

இப்போதே செய்
என்னில் செய்து முடி.

நீ நினைக்கும்
எதுவாயினும்

அதை உனக்கு முன்
எனக்குள்
உணர்த்திவிடுகிறது
இந்த காதல்

எனக்குள்
என்னைவிட
பெரும்பாலும்
உன்னை பற்றிய
நினைவுகள் தான்
அதிகம் உலவுகிறது

என்பதில் தான்
நானும் முழுமையாய்
நம்புகிறேன்

நீ எனக்குள்
இயங்கும் உயிர்
என்பதனை.

தினமும் எதையாவது
செய்து வாங்கிவிடுகிறாய்

கொஞ்சம் முத்தத்தைதையும்
கொஞ்சம் கோபத்தையும்

திட்டம் போட்டபடி
உன் கன்னத்திலேயே
பச்சை குத்துவது போல்.

இப்பொழுதும்
என்னை அணைத்து
கொண்டிருப்பது

உன் வாசம் படிந்த
இருவரும் பயன்படுத்திய
பழைய போர்வை

வீட்டில் இருந்தும்
யாரோடும் பேசாத
கடிகாரத்தின் தனிமை

ஆரம்பத்தில்
எனக்காக சமைப்பதாய்
நீ செய்த கடுகின்
கரிந்த வாசனை
நிறைந்த சமையலறை

முப்பொழுதும்
நீ நலம் விசாரிக்கும்
கைப்பேசியின்
பிண உடல்

இதே நாள்
முந்தைய வாரத்தில்
மார்போடு நீ நிரப்பி
வைத்த முத்தங்கள்

கல்யாணம் முடிந்த
முதல் மாதத்தில்
ஏகப்பட்ட கூச்சத்தோடு
அளவு மாற்றி நீ வாங்கி தந்து
பயன்படுத்தாத நாப்கின்

காதலிக்கும் பொழுது
உன் இடையில்
நான் விழுந்தேன் என்று
நீ எழுதி தந்து வயது
நரைத்த குறும்பு கவிதை

இருளில் எரியும்
மெழுகுவர்த்தியின்
கடைசி வெப்பங்களில்
பரவும் உன் காதல்

உனக்காக உழைக்கிறேன்
என்ற பெயரில் நீ
தொலையும் பொழுதுகளில்

இன்னமும் என்னை உன்னிடம்
இருந்து தொலையவிடாமல்

இப்பொழுதும் என்னை
உன்னோடு அணைத்து
கொண்டிருப்பது

வலியோ சுகமோ
உன் நினைனைவுகள் பற்றிய
ஏதோ ஒன்று மட்டும் தான்.

தாரன்

எல்லோரும் உறங்கிய இரவில்
விளக்குகள் கண்விழிக்காத இருளில்

மெல்லிய முத்தங்களும் இச் என
ஒலிக்கும் நடுச் சாமத்தில்
நிலவின் ஒற்றன் பார்வையில்

யாருக்கும் தெரியாமல்
ரகசியமாகவே தொடர்கிறது
நம் சந்திப்பு

தினந்தோறும் கனவுகளில்
இன்னும்.

அவள் குருதியை
உன்னால் தொட்டுப்பார்க்க
முடிந்தால்

அவள் உதிரத்தின் வாசத்தை
உன்னால் முகம் சுளிக்காமல்
உணர முடிந்தால்

அவள் கைகளில் படிந்த
கலரைகளின் மீது உன் கரங்கள்
சேர முடிந்தால்

அதுவரை அவள் மட்டுமே
உணர்ந்த வலிகளுக்கு
நீ ஆறுதலாக முடிந்தால்

முப்பொழுதும் அவளை
மடிசாய்த்து உன்னால்
அவள் தாயாக முடிந்தால்

அதன் பெயர் தான்
ஆண்மை

பெண்மை என்பது
ஆண்மையிடம் எதிர்பார்ப்பது

அந்த அரவணைப்பின்
முழு பற்றுதலை
மட்டும் தான்.

என்னை என்னைவிட
அதிகமாய் நேசிப்பவனுக்கு

இதை நீ வாசிக்கையில்
நான் உன் விழிகளுக்குள்
இடம் பெயர்ந்திருப்பேன்

நீ கண் கலங்கினால்
நான் உன்னைவிட்டு
வெளியேறக் கூடும்
என்பதனால் கவனம்

இந்த காதல் வந்து
தீண்டும் பொழுதுதான்
நான் உனக்கு எவ்வளவு
முக்கியமானவள் என்பது
புரிந்தது

இந்த மரணம் வந்து
தீண்டும் பொழுது தான்
நீ எனக்கு எவ்வளவு
முக்கியமானவன்
என்பதும் புரிகிறது

உன் உள்ளங்கைக்குள்
அடிக்கடி அகப்பட்டு
கிடந்தது என் விரல்கள் அல்ல
உயிர் என்று இப்போது தான்
உணர்கிறேன்

எப்பொழுதும் எனது
நேரங்களை உனக்காகவே
கேட்டுக்கொண்டே
இருப்பாய்

இப்போது
என் கடைசி நிமிடங்களே
உனக்காகவே மட்டும் ஆனது தான்

நீ என்னை இவ்வளவு காதல்
செய்யாமல் இருந்திருந்தால்

இந்த பிரிவும் எனக்கு
இவ்வளவு வலி
கொடுத்திருக்காது

தாரன்

மரணத்தை நெருங்கும்
நொடிகளும் உன் மீது
உள்ள காதல் கூடிக் கொண்டே
தான் செல்கிறது

உன் மார்பின் மீது
கன்னம் வைத்து
கட்டிபிடித்து அழ
வேண்டும்

உன் உள்ளங் கைகளுக்குள்
விரல்கள் பூட்டி
உறங்க வேண்டும்

உன் கால்களோடு சேர்ந்து
பூமி பந்தை அளக்க வேண்டும்

உன் தாடியை பிடித்து
உன்னை கெஞ்ச வைத்து
அதை ரசிக்க வேண்டும்

ஒரு நாள் முழுக்க
நீ என் பெயர் மட்டும்
உச்சரிக்க கேட்க வேண்டும்.

என்னை பற்றி பிடிக்கும்
இந்த மரணத்தின் கைகளில்
இருந்து தப்பித்து
உன்னோடு எங்கேயாவது
தப்பித்துவிட வேண்டும்

என்கின்ற ஆசைகள்
ஒவ்வொரு நொடியும்

அதிகரித்து கொண்டே
இருக்கிறது

உன்னை விட்டு
பிரியமாட்டேன் என்ற
சத்தியமெல்லாம்
இப்பொழுது பொய் தான்
மன்னித்து விடு

காதலை கண்களோடு
தந்த இறைவன்
நமக்கு கைகளோடு
தரவில்லை

உன் காதலின் மீதுள்ள
நம்பிக்கையில் நான் கேட்பது
ஒன்றை மட்டும் தான்

நீ என்னை மறந்து
நீ நான் ரசித்த
நீயாக வேண்டும்

உன் வாழ்க்கை என்னை
கடந்தும் தொடர வேண்டும்

ஏனென்றால்
இந்த உடல் பிரியும்
உயிரோடு உன்னிடமே
உன் காதல் தேடி
உன் மகளாய் கூட
நான் வருவேன்

என்ற நம்பிக்கையில்
அன்புடன்

கோபத்தில்
நீ எழுப்பும் மௌனச்சுவர்

கைப்பேசியின்
அந்த முனையின்
உன் ம் ம் என்ற பதில்

என் கண்களுக்கு பின்னே
மறையும் உன் கண்கள்
யாரிடமோ நீ பகிரும் உன் சோகம்

என் சந்தோசங்களுக்கு
நீ கொடுக்கும்
சாதாரண முகவரி
பைக்கின் வேக நிறுத்தங்களிலும்
என்னை தீண்டாத உன் திடம்
நான் எழும்புவதற்கு
முந்தைய உன் தனிக்குளியல்

போர்வைக்குள்
சில நாட்களாய்
உண்டாகும் குறுகிய
இடைவெளி

வீட்டுக்குள் இருந்தபடியே
நீ அனுப்பும் குறுஞ்செய்தி
உன் வைராக்கியத்திற்கு
பின்னே நீ மறைக்கும்
உன் வைரப்புன்னகை என

அளவுக்கு மிஞ்சாத வரை
இந்த காதலின் ஊடல்
என்பதும் பெருஞ்சுகம் தான்.

காற்றில் ஆடும்
எங்கள் வீட்டு
தென்னை ஓலைகள்
கூட நியாபக படுத்துவது
உன் எதாவதொரு
நினைவுகளைத்தான்.

ஏங்கி ஏங்கி
தேய்கிறது மனம்
உன் நினைவுகளோடு
உரசி உரசி

உன் பார்வை விழாத
ஒரு நிலப்பரப்பின்
வெப்பத்திற்குள்.

உனக்கும் எனக்கும்
இடையில் இந்த
ஒளிவுமறைவு
வேண்டாம்

உண்மையைச் சொல் ?

நேற்றிரவு
உன் கனவில் வந்து
நான் உன்னை
என்ன என்ன செய்தேன்

நீ என்னை
என்ன என்ன செய்தாய்

உள்ளத்திற்குள் மறைக்காமல்
உண்மையைச் சொல்.

இரவின் மெல்லிய பனிகளை
அவள் விழிகள் ஏந்தும்

காற்று தீண்டிய
வெட்க புன்னகையை
அவள் இதழ்கள் சிந்தும்
அழகின் ரகசிய குறிப்புகள்
அவள் அழகில் கசியும்

அவள் பிஞ்சு மொழியின்
நடையில் தமிழ் சிரிக்கும்
அவள் பாதங்கள் பூக்களின்
தடங்களை பதிக்கும்

அவள் தங்க பூக்களில்
செய்த நூறு கிலோ அழகு

அவள் தான் அவள் தான்
என் குமரி செல்லம்மா.

பேருந்துகளில்
அவள் இருந்து எழுந்து
போன இருக்கைகள் மீது
அமர்ந்து அந்த வெப்பத்தில்

தன்னைத்தானே
சுட்டு நிம்மதி கொள்கிறது
ஒரு தலைக்காதல்.

தாரன்

என்னுள் தொடங்கும்
எல்லா தேடல்களும்
உன்னை நோக்கி
சேர்வன மட்டுமே.

அன்பான கணவன்
இரண்டு குழந்தைகள்
கொஞ்சம் குண்டு
என முழுவதுமாய்
நீ மாறிவிட்ட பின்பும்

தெருக்கடைகளில்
உன் பெயர் கண்டால்
அதை திரும்பி திரும்பி
பார்த்து நடந்து போகும்

அதே உன் நினைவுகளின்
வட்டத்திற்குள் சுழன்றபடி
தான் இன்னும் நான்.

நீ கசக்கி போடும்
காகிதங்களைப் போல
உன் கைகளுக்குள்
என் காலம்

அதை கசக்குவதோ
கவிதைகளில் அழகாக்குவதோ
உன் விருப்பம் தான் !

உரையாடல்களுக்கு நடுவே
உன் கூந்தலை விரல்களால்
நீ சுருள் செய்யும் பொழுது

பொய் கோபங்களில்
உன் மூக்கு சிவந்து
நீ கூடுதல் அழகாகும் பொழுது

சேலைக்குள் ஒளிந்து
கொண்டு விழிகளின் வழி
நீ நாணங்கள் சிந்தும் பொழுது

உன் பெயருக்கு பக்கத்தில்
என் பெயர் எழுதி என்னை பார்த்து
நீ வெட்கப்படும் பொழுது

என் மார்பில் சாய்ந்து கொண்டு
உன் கண்ணீர் மறைக்க
நீ முற்படும் பொழுது

உரக்கத்தின் நடுவின்
உளரல்களில் என்னை
நீ கொஞ்சி திட்டி
தீர்க்கும் பொழுது

உன் காதலுக்குள்
எந்தன் வாழ்க்கை
முழுமையடைந்து கொள்வது போன்ற
ஒரு புனித உணர்வு உள்ளுக்குள்.

அவள் நடந்து போன
விதிகளில் நாய்குட்டிபோல்
அலைந்து பொறுக்கிய
நாலைந்து ஒரவிழி பார்வைகள்

அவள் காலடிகளுக்கு
பக்கத்தில் காலடிவைத்து
கண்கள் பிடித்த
கலர் புகைப்படங்கள்

இதயத்தில் இடி இறங்க
பள்ளி கலையரங்கத்தில்
வகுப்பு மாணவனோடு
அவள் ஆடிய முதல் நடனம்

அந்தி வானத்தில்
எதிரொலிக்கின்ற
அவள் ஜடை அவிழ்க்கின்ற
அந்த அழகு

அவளுக்கு முன்
உயிர் புன்னகைக்க
நெல்சி டீச்சர் கொடுத்த
முதல் பாராட்டு

அவளுக்கு பிடிக்கும் என்று
எங்கள் வீட்டு முற்றத்தில்
வளர்த்த ரோஜா தோட்டம்

அவள் என்னிடம்
முதன் முதலாய் கேட்ட
மணி எத்தனை என்ற
அழகிய வார்த்தை

அதை சுமந்து கொண்டே
கைநழுவி போன
ஒன்பது வருடங்கள்

நினைத்து பார்க்கும் பொழுதெல்லாம்
மார்பு வரை நனைத்து விடும்

வரமோ சாபமோ
அந்த முதல் காதல்
என்றும் இதம் தான்.

தாரன்

ஒரு பாதுகாப்பற்ற
உணர்வோடு தான்
வாழ்ந்து கொண்டிருக்கிறேன்
நீ என்னை பிரிந்ததில் இருந்து

பாதுகாப்பு என்பது பலம் மட்டுமல்ல
அன்பும் சேர்ந்த ஒன்று தான்

உன் பிரிவோடு அழிந்தது
என் முழு பலமும்.

வெளிப்படையாய்
சொல்கின்றேன்
அவளை அடக்கி
ஆள்வதை விட

அவளிடம்
அடங்கி போவது

காதலி தனி சுகம்.

உன் கூடவே
வாழ்ந்தாலும்
மனதுக்கு நீ பார்க்காத
நேரம் தான்
உன்னை சைட்
அடிக்கவே பிடிக்கிறது

உன்னைப் போல்.

தினமும் காலை
குளிக்க போகும் பொழுது
மார்போடு கிடக்கும்

உன் தலை முடியினை
பிரிக்கவும் முடியாமல்
குளிக்கவும் முடியாமல்

அதனோடு பேசியபடியே
கழிகிறது அந்த காலை பொழுது.

நீ குளிப்பாட்டி விடுவாய்
என்பதற்காகவே
காதில் சோப்பு நுரையோடு
வெளியே வந்தேன்

நீ ஊட்டிடுவாய்
என்பதற்காகவே
ஒரு மணி நேரமாய்
மெதுவாக சாப்பிட்டேன்

நீ உடை மாற்றிவிடுவாய்
என்பதற்காகவே
பேண்டுக்குள் காலினை
விட்டு மாட்டி கொண்டது
போல் நடித்தேன்

நீயோ இன்னும்
குழந்தையாகவே
இருக்கிறாய் என
சொல்லி திட்டிவிட்டு
கடந்து செல்ல
முயற்சிக்கிறாய்

நான் உன்னிடம்
குழந்தையாகத்தான்
முயற்சிக்கிறேன் என்பதை
இன்னும் புரிந்து
கொள்ளாமல்.

உன் கண்களில்
வாழும் கண்ணாடியின்
வாழ்க்கை என்பது

மிகவும் அற்புதமானது

உன் மொத்த கவனிப்பும்
அதனுக்கு கிடைக்கும்
உன் அக்கறை கிடைக்கும்

உன் கைவிரல்களின்
தொடுதலில் வாழலாம்

உன் பார்வையில்
கிடக்கலாம்

ஒருவேளை
உன் கைகளில்
இருந்து தவறி விழுந்தாலும்
உன் கைகளால் மரணம்
கிடைக்கும்

இதைவிட
அற்புதமான வாழ்க்கை
வேறென்ன இருக்கிறது

இதைத்தான் இறைவனிடமும்
வேண்டிக்கொண்டு இருக்கிறேன்

உன் கைகளில் வாழும்
வாழ்க்கை கொடு என்று.

முதல் முறை
சேலை உடுத்துகையில்
எந்த பெண்ணும்
தன் பெண்மை
உணர்ந்து வெட்கம்
சிந்துவாள்

அந்த வெட்கத்தில்
தோன்றுகிறது
பல ஆண்களின்
முதல் காதல்.

ஏன் ?
அந்த மூன்று நாட்கள் மட்டும்

எதற்கு ?
அது எங்களுக்கு மட்டும்

அது என்ன தீட்டா ?
அப்பொழுது ஏன்
அன்று புனிதமாய்
கொண்டாடினீர்கள்

அப்படியென்றால் அது
புனிதம்தானா ?
அப்பொழுது ஏன்
இன்று தீட்டாய் பார்க்கிறீர்கள்

ஏன்
அந்த மூன்று நாட்கள்
மட்டும் அந்த ஊரப்பார்வை

அப்படியென்றால் ?
அந்த முதல் நாள் மட்டும் தான்
அந்த புனிதமா ?
அந்த முதல் நாள் மட்டும் தான்
அந்த அரவணைப்பா ?

அந்த முதல் நாள் மட்டும் தான்
அந்த புன்னகையா ?

அந்த முதல் நாள் மட்டும் தான்
அந்த விழாக்கோலமா ?

ஏனோ
அந்த முதல் நாள் மட்டும் தான்
அந்த வலியிலும் நாங்கள்
மகிழ்வுற்றது
அந்த விடாய் குருதிகளிலும் நாங்கள்
மணம் கொண்டது

ஒரு பூவாய் பூத்ததற்கு
நாங்கள் புன்னகைத்தது

ஆம்
அத்தனையும்
அந்த முதல் நாள் மட்டும்
தான் ஏனெனில்

அந்த முதல் நாள் மட்டும் தான்
இந்த சமூகம் எங்களை பெண்ணாய்
கடைசியாய் கண்டது

அந்த மூன்று நாட்களும்

பார்வையில்
புதிய கோணம் பிறக்கும்
இரத்த துளிகளும்
தீட்டாய் பார்க்கப்படும்
கருவறையும் கழிவறையாய்
எண்ணப்படும்

ஆம்

அந்த நாட்களில் மட்டும்
நாங்கள் வேறாவோம்

மன்னிக்கவும்
வேறாக்கப்படுவோம்

அந்த மூன்று நாட்களில் மட்டும்

உச்சத்தை தொடும்
மனப்பதற்றம்
அணு அணுவாய் உயிருறிஞ்சும்
உயிரணுக்கள்
எங்களையே சுற்றும்
எங்கள் விழிகள்

ஆம்

இந்த சமூகத்தின் பார்வைக்கு
பயந்து இதுவும் நிகழும்

அந்த மூன்று நாட்கள் மட்டும்

எங்கள் குருதியில்
எங்களுடல் நனையும்
உயிரின் மணம் காற்றில் பறக்கும்
கூட்டத்தில் தனிமை நிகழ்த்தப்படும்

ஆம்

எங்களுக்கு விழா
எடுத்தவர்களின் விழிகள் கூட
எங்களை திரும்பி பார்க்காது

அந்த மூன்று நாட்கள் மட்டும்

காயங்களின்றி கண்கள் கலங்கும்
கருவறை வரை வலிகள் நீளும்
அண்ணனும் அருகே தான் இருப்பான்
அன்பினை உள்ளுக்குள் பூட்டி வைத்தபடி

ஆம்

அவனுக்கும் யாரோ
சொல்லியிருக்கிறார்கள் போல
அது அவளுக்கானது என்று

அந்த மூன்று நாட்கள் மட்டும்...

உயிர் துளிகள் சிந்துவது போதாதென
விழிகளும் விழிநீர் சிந்தும்
தோழனும் காரணம் கேட்கமாட்டான்
தோளும் சாய்வதற்கு கிடைக்காது

ஆம்

கேட்க கூடாததென்று
கற்பித்திருப்பார்கள் போல
யாரோ அவனுக்கும்

அந்த மூன்று நாட்கள் மட்டும்

காதல் கொடுக்க நேரமிருக்காது
காமம் கொடுக்க வாய்ப்பிருக்காது
காதலன் அன்பிற்கும் வழியிருக்காது

ஆம்

அவனும் படித்திருப்பான் போல
அது அவளுக்கானது என்று

அந்த மூன்று நாட்கள் மட்டும்

கட்டில்கள் ஆடப்படாது
குளியலறை குளியல் அறையாக
மட்டும் இருக்கும்
உறவாடியவனும் கணவன்
பதவியில் மட்டும் இருப்பான்

ஆம்

அந்த பத்துமாத பணியைப்பற்றி
படித்தவன் அந்த மூன்று நாட்களை
பற்றி படிக்கவில்லை போல

அந்த மூன்று நாட்கள் மட்டும்

வழக்கமான பாதைகள்
வழிமறுக்கப்படும்
வழக்கமான உரையாடல்கள்
தடைவிதிக்கப்படும்
ஏதோவோர் தனிப்பார்வை
இச்சமூகத்தால் உமிழப்படும்

ஆம்

இதற்கு தீட்டென்று பெயரென்று
அதிலே பிறந்தவர்கள் உரைத்தார்களாம்

அந்த மூன்று நாட்கள் மட்டும்

கடவுளும் தூரமாய் நிற்கும்
திருவிழாக்கள் திருமதி மறுக்கும்
மதங்கள் அரசியல்
பேசும்

ஆம்

கற்பழிப்புக்காக கருவறை
கொடுத்த கடவுளும்
எங்களுக்கு அனுமதி மறுப்பான்

அந்த மூன்று நாட்கள் மட்டும்

ஆண் பெண் பாகுபாடு
உயிர்பெறும்
இருட்டில் பாசம் தேடும்
மழலையாவோம்
ஒளியின்றி நிஜத்தின்
நிழலாவோம்

இந்த சமூகத்தால்
ஆக்கப்படுவோம்

அன்புக்கு ஏங்கியபடியே
அந்த மூன்று நாட்களும்
கண்ணீரில் மெல்ல கடரும்
அந்த மூன்று நாட்களும்

அப்படியோர் தீண்டாமையா

அதன் மீது அப்படியோர்
தூரப்பார்வை உங்களுக்கு
அதில் தீண்டி தடவி

அதனோடு கலந்து கருவாகி
பிறந்தவர்கள் தான் நீங்களும்

அதையும் நினைவில் கொள்ளுங்கள்

உண்மைதான் அதுவோர்
பெண்ணின் பிறப்புறுப்பில்
நிகழ்வது தான்

அது மட்டுமல்ல
உன்னுடைய என்னுடைய
பிறப்புக்காய் நிகழ்ந்ததும்

நமது அடுத்த தலைமுறையின்
பிறப்புக்காய் நிகழ்வதும் தான்

அந்த மூன்று நாட்களும்
நிகழ்வது தான் என்ன

நீ பிறந்த பின்பு தாயெனக்கூறும்
உன் தாயின் கருவறை
நீ பிறக்கும் முன்பும் பின்பும்
மாதம் மாதம் அவள் செங்குருதிகளினால்
சுத்தம் செய்யப்படும் ஓர் உடல் நிகழ்வு

தாரன்

ஆம் இந்நிகழ்விற்கு பெயர்தான்
மாதவிடாய் இதுதான்
அந்த மூன்று நாட்களும்

அந்த மூன்று நாட்களும் தீட்டு என்றால்
அத்த பத்து மாதங்களும் தீட்டு தான்
அந்த மாதவிடாய் தீட்டென்றால்
அந்த மகப்பேறுவும் தீட்டுதான்

அந்த கருவறை குருதி தீட்டென்றால்
அக்கருவறையில் கருவுற்று
அக்குருதியில் கலந்து பிறந்த
நீயும் நானும் தீட்டுதான்

இம்மனித இனமே
ஒரு தீட்டு தான்

உண்மையில் எந்த
நம் முன்னோரும் அதை
தீட்டென்று உரைக்கவில்லை

அவள் வலியினுக்கு
அவர்கள் மதிப்புடன்
அவளுக்கு கொடுத்த
விடுமுறை ஓய்வே

இன்று தீட்டென்று
சில மதியற்றோர்
உரைப்பது

படைக்கும் போதே
ஆணுக்கு ஆண்மை
சுகத்திலும்

பெண்ணுக்கு பெண்மை
வலியிலும்

ஏதோவோர் எண்ணத்தில் தான்
படைத்துவிட்டான்
அந்த இறைவனும்

அதை மாற்றிக்கொள்வதற்காய்
கேட்கவில்லை

அதில் போர்த்திக்கொள்ள
போர்வையாய் தான் கேட்கிறோம்
உங்கள் அன்பினை

அந்த மூன்று நாட்களும்
உந்தன் அன்பினை மட்டும்
அள்ளிக்கொடு

நீ அவளுக்கு சகோதரனாய் இருந்தால்
துணையாய் கரம் கொடு
நீ அவளுக்கு தோழனாய் இருந்தால்
துவளும் போது தோள் கொடு

நீ அவளுக்கு காதலனாய் இருந்தால்
சாய்கையில் உன்மடி கொடு
நீ அவளுக்கு கணவனாய் இருந்தால்
கண்ணாக அவளுக்காய் அங்கே
நீ இருந்து ஒரு துளி கண்ணீர் விடு

அந்த பத்துமாதம்
அள்ளிக்கொடுக்கும் பாசத்தை
அந்த மூன்று நாட்களும்
பகிர்ந்து கொடு

அது போதும் ஒரு ஆணிடம்
இருந்து ஒரு பெண்ணிற்கு

ஏ மனித சமூகமே
ஒரு பெண்ணின் மகப்பேறுக்கு
கொடுக்கும் மரியாதையையும்
அரவணைப்பையும்

அந்த மூன்று நாட்களும்
அவளுக்கு கொடு

ஒரு குழந்தையின் பிறப்பு என்பது
அந்த பத்து மாதங்கள் மட்டும் அல்ல
அந்த மூன்று நாட்களும் சேர்ந்தது தான்

உனது எனது ஆரம்பமும்
அந்த மூன்று நாட்களில் தான்
அதுதான் மனித உயிரின் தொடக்கம்

அதை வறண்டுபோக விடாமல்
அன்பில் பசுமையாக்குங்கள்

காதலே
உலகத்தையே ஆக்கிரமித்து
கொண்ட நீயும் ஏன்

அவளை தீண்ட தயங்குகிறாய்
அந்த மூன்று நாட்களில் மட்டும்
அவளைவிட்டு விலகாதே
அவளை ஆரத்தழுவு

அவளை நனைத்துவிடு
அவளை அணைத்துக்கொள்

அவளோடு கலந்துவிடு
அவளுக்குள் மறுபிறவி எடு

அந்த மூன்று நாட்களில்
அவளோடு உயிராகு

அப்போது தான் நீயும்
முழுமையடைவாய்
முற்றுப்பெறுவாய்
காதலே நீ

அவளுக்கு
அவன்தான் மருந்து
வலியை சுகமாக்கவும்
கண்ணீரை புன்னகையாக்கவும்

அந்த காதலால் மட்டும்
தான் இயலும்
அதை அவளின் மீது பூசு

நீ அவனாக இரு
அந்த நாட்களில்
அவளின் அவனாக இரு

உன் காதலில்
அவள் விழிகள் ஆனந்த
நீர் துளிகள் சிந்தட்டும்
இனியாவது அந்த மூன்று நாட்கள்
அவளுக்கு நரகமின்றி
நாட்களாய் மாறட்டும்.

இவன் **தேடல்கள் தொடரும்**...

அன்னை தமிழுக்கும் அன்னை கடலுக்கும்
அனைத்து தமிழ் மக்களுக்கும்
நன்றி !

இவன் தேடல்கள் தொடரும்

Instagram – Facebook - @KavignanMozhi –
Phone – 9944992571